കലാരൂപങ്ങളിലൂടെ

വി കെ മോർഫിയസ്

നമ്മുടെ ഹൃദയത്തിൽ ഒരു തിരി നാളമായ് അണയാതെ നിൽക്കുന്ന ചില വ്യക്തികളുണ്ടാകും, അവർ നൽകുന്ന സ്നേഹത്തിനും കരുതലിനും പകരം വയ്ക്കാൻ മറ്റൊന്നും ഇല്ലായിരിക്കും.

എന്റെ അമ്മ

ഉള്ളടക്കം

ഉള്ളടക്കം

ആമുഖം

കേരളത്തിന്റെ ചരിത്രം പറയുമ്പോൾ ഏറ്റവും പ്രാധാന്യം കൊടുക്കേണ്ട ഒന്നാണ് പരമ്പരാഗത കലാരൂപങ്ങൾ, രാജ്യങ്ങൾ കടന്ന് പല വിദേശികളും ഈ കേരള മണ്ണിലേക്ക് എത്തുമ്പോൾ നമ്മുടെ കലാരൂപങ്ങളെ സ്വീകരിക്കുന്നത് അത്ഭുതത്തോടെയാണ്, ഈ പുസ്തകം ഉൾകൊള്ളുന്നത് കലാരൂപങ്ങളെ പറ്റി ചെറിയൊര് വിവരണമാണ്, പുതിയ തലമുറകൾ കൂടി പരമ്പരാഗത കലാരൂപങ്ങളുടെ അടിസ്ഥാന വിവരങ്ങൾ അറിഞ്ഞിരിക്കുവാനും ഇത് സഹായിക്കുമെന്ന് കരുതുന്നു.

View

OUR DREAMS DO NOT ALL COME TRUE
BUT SOME DO, SO TRY TO MAKE THEM COME TRUE

കലാരൂപങ്ങൾ

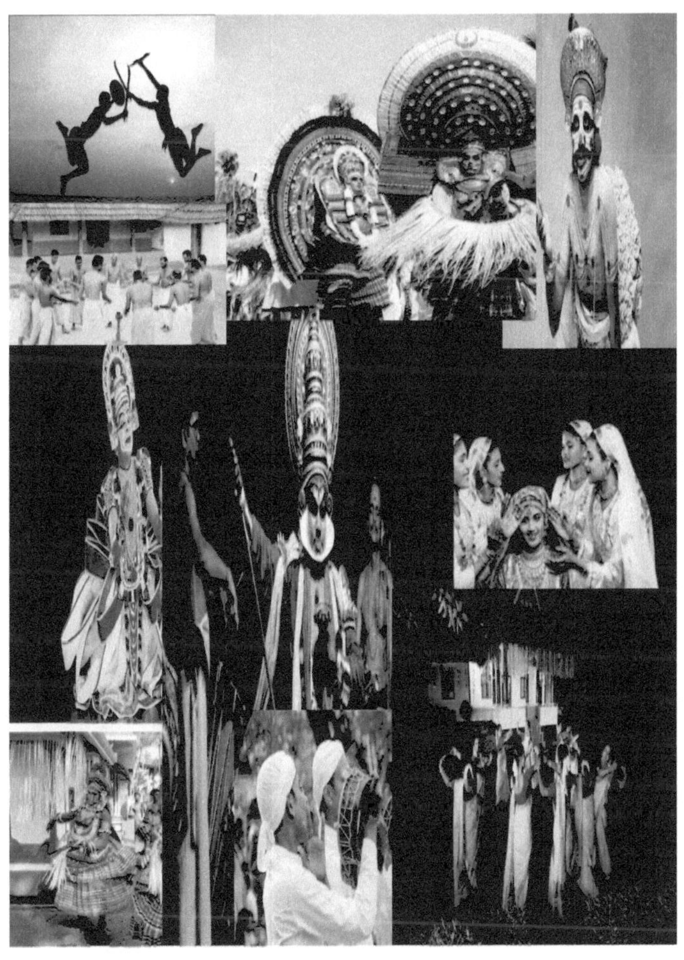

Traditional art forms of Kerala

Author

V K (VISHNU KESAVAN) എറണാകുളം ജില്ലയിലെ വരാപ്പുഴ എന്ന ഗ്രാമത്തിൽ 1995 സെപ്റ്റംബർ 5 ന് ജനിച്ചു. ബാല്യത്തിലെ പുരാണകഥകളും അതുപോലെ പഴയകാലത്തിന്റെ ഓർമ്മകളും അച്ഛൻ പങ്ക് വയ്ക്കുമ്പോൾ കേൾക്കാൻ കൗതുകമാണ്, ആ കൗതുകമാണ് പിന്നീട് ലൈബ്രറി വായനയിലേക്കും ചില ആശയങ്ങൾ സ്വന്തം രീതിയിൽ എഴുതാനും എന്നെ പ്രേരിപ്പിച്ചത്

വായന തുടങ്ങിയത് എന്റെ ഹൈസ്കൂൾ പഠനകാലത്താണ് കൂടുതലും ചരിത്രവും നിഗൂഢതകൾ നിറഞ്ഞ കഥകളോടുമായിരുന്നു. " മോർഫിയസ് " എന്ന തൂലികാനാമം സ്വീകരിച്ചത് ഗ്രീക്ക് പുരാണങ്ങളോടും,അവരുടെ ഇതിഹാസങ്ങളോടുമുള്ള ഇഷ്ടത്തിന്റെ പുറത്താണ്.

Other book : Relationship Goal
Email : **vkmorpheuscreator@gmail.com**

1

കഥകളി

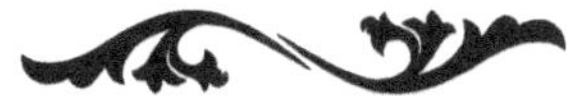

പഴയ രീതിയിലുള്ള ഇന്ത്യൻ നൃത്തത്തിന്റെ ഒരു വലിയ ഇനമാണ് കഥകളി. ഇത് ഒരു "കഥകളി" തരത്തിലുള്ള വർക്ക്മാൻഷിപ്പാണ്, എന്നിരുന്നാലും, സാധാരണയായി പുരുഷ കലാകാരന്മാർ ധരിക്കുന്ന മനോഹരമായ മേക്കപ്പ്, വസ്ത്രങ്ങൾ, മുഖംമൂടി എന്നിവയാൽ മനസ്സിലാക്കപ്പെട്ട ഒന്നാണ് ഇത്. മലയാളം സംസാരിക്കുന്ന കേരളത്തിലെ തെക്കുപടിഞ്ഞാറൻ മേഖലയിലെ ഒരു ഹൈന്ദവ കലാരൂപമാണ് കഥകളി. ലോകമെമ്പാടും പ്രസിദ്ധമായ, കഥകളിയുടെ വൈഭവം കേരളത്തിന്റെ ഡൊമെയ്നിന് ശ്രദ്ധേയമായ പ്രീതി നേടിക്കൊടുത്തു. ഈ പ്രസിദ്ധമായ കരകൗശലവിദ്യ 300 വർഷങ്ങൾക്ക് മുമ്പ് കേരളത്തിന്റെ തീരത്ത് നിന്ന് ആരംഭിച്ചതാണെന്നതിൽ സംതൃപ്തിയുണ്ട്.

കഥകളി ഭക്തി, പ്രകടനം, നൃത്തം, സംഗീതം, ഗ്രൂപ്പുകൾ എന്നിവയിൽ ചേരുകയും അത് കാണുന്ന എല്ലാവർക്കും അത് മഹത്തായ അനുഭവമായി മാറുകയും ചെയ്യുന്നു. ഇത് മുൻകാലങ്ങളിലെ ശ്രദ്ധേയമായ റെക്കോർഡുകൾ വീണ്ടും പറയുന്നു, ഭൂരിഭാഗവും ഇന്ത്യൻ സാഹസികതകളിൽ നിന്ന്, ഷോയിൽ വരച്ച വിവിധ സങ്കീർണതകളിൽ ഒരാളെ ആകർഷിക്കുന്നു. ചുണ്ടുകളുടെ ഓരോ പൊതിയും,

കണ്ണുകളുടെ തിളക്കവും അല്ലെങ്കിൽ വിരലുകൾ കറങ്ങുന്നത് ഉൾപ്പെടെയുള്ള പുരോഗതിയും അവിശ്വസനീയമായ പ്രാധാന്യമുള്ളതാണ്. ആൾക്കൂട്ടത്തിന് മുന്നിൽ സംഭവിക്കുന്ന രംഗത്തിൽ നിന്ന് അവരുടെ കണ്ണുകൾ ഇല്ലാതാക്കാൻ ഗ്രൂപ്പിന് കഴിയാതെ മുഴുവൻ ഷോയും കാണുന്നു. കേരളത്തിലെ കലാസൃഷ്ടികളിൽ പ്രധാനപ്പെട്ട ഒന്നാണ് കഥകളി.

കഥകളി വേഷങ്ങൾ

പച്ച

പ്രഭുക്കളെയും സാത്വിക സ്വഭാവമുള്ളവരെയും ചിത്രീകരിക്കാനാണ് പച്ച വേഷം പ്രധാനമായും ഉപയോഗിക്കുന്നത്.

കത്തി

വില്ലൻ കഥാപാത്രങ്ങൾക്ക് കത്തിവേഷം.

താടി

മുഖത്തു കീഴ്താടികളിൽ ചുട്ടിയ്ക്കു പകരം വട്ടത്തിലുള്ള താടി വയ്ക്കുന്നവയാണ് ഈ വേഷങ്ങൾ. മൂന്നു തരം താടികൾ കഥകളിയിൽ നിലനിന്ന് പോരുന്നു .വെള്ളത്താടി, ചുവന്ന താടി, കറുത്ത താടി എന്നിങ്ങനെയാണ്.അവയിൽ വെള്ളത്താടി ഹനുമാൻ, ബാലി, സുഗ്രീവൻ എന്നിവർക്ക് സാധരണ കൊടുക്കുന്നു, ചുവന്ന താടി ദുഷ്ട കഥാപാത്രങ്ങൾക്കും, കറുത്ത താടി ദുഷ്ട കഥാപാത്രങ്ങളുടെ അനുയായികൾക്ക് ആവും കൊടുക്കുക..

കരി

കരി വേഷം സാധാരണയായ് കാട്ടാള സ്ത്രീകൾക്കാണ് നൽകി പോരുന്നത് . ചില കഥകളിൽ ഈ വേഷം പുരുഷ കഥാപാത്രങ്ങൾക്കും നിശ്ചിതപ്പെടുത്തിയിട്ടുണ്ട്.

മിനുക്ക്

സുന്ദരികളായ സ്ത്രീകൾക്കും അതുപോലെ ബ്രാഹ്മണർക്കും, സന്യാസികൾക്കും ആണ് മിനുക്ക്

വേഷം.മറ്റു വേഷങ്ങളും പ്രചാരത്തില്‍ ഉണ്ടെങ്കിലും പ്രാധാന്യം ഇവയ്ക്കാണ് പൊതുവില്‍.

വേഷം.മറ്റു വേഷങ്ങളും പ്രചാരത്തില്‍ ഉണ്ടെങ്കിലും പ്രാധാന്യം ഇവയ്ക്കാണ് പൊതുവില്‍.

2

മോഹിനിയാട്ടം

മോഹിനിയാട്ടം, ഇന്ത്യയിലെ കേരള പ്രവിശ്യയിൽ വികസിപ്പിച്ച ഒരു ഇന്ത്യൻ പരമ്പരാഗത നൃത്ത ഘടനയാണ്, മറ്റ് ഇന്ത്യൻ പഴയ ശൈലിയിലുള്ള നൃത്ത ഘടനകളെപ്പോലെ, മോഹിനിയാട്ടം ലാസ്യ ഇനത്തിൽ ഉറച്ചുനിൽക്കുന്ന 'നാട്യ ശാസ്ത്ര' എന്ന പ്രയോഗത്തെക്കുറിച്ചുള്ള ആഴത്തിൽ വേരൂന്നിയ സംസ്കൃത ഹൈന്ദവ ഗ്രന്ഥത്തിൽ നിന്നാണ് അതിന്റെ അടിസ്ഥാന അടിത്തറയുള്ളത്. മഹാവിഷ്ണുവിന്റെ സ്ത്രീ പ്രതീകമായ 'മോഹിനി' എന്ന വാക്കിൽ നിന്നാണ് മോഹിനിയാട്ടത്തിന് ഈ പേര് ലഭിച്ചത്. പരമ്പരാഗതമായി സ്ത്രീ വിദഗ്ധർ അവതരിപ്പിക്കുന്ന ഒരു പെർഫോമൻസ് നൃത്തം, ഇത് ചലനത്തിലൂടെയും ആലാപനത്തിലൂടെയും ഒരു നാടകം അവതരിപ്പിക്കുന്നു, അവിടെ പൊതുവെ സംസ്കൃതവും മലയാളവും കലർന്ന മണിപ്രവാളത്തിൽ ഈണം ഉണ്ടായിരിക്കും, പാരായണം കലാകാരന് സ്വയം അല്ലെങ്കിൽ ഒരു കലാകാരന് അവതരിപ്പിക്കാം. സംഗീത ശൈലി കർണാടകമാണ്.

പതിനെട്ടാം നൂറ്റാണ്ടിലും പത്തൊമ്പതാം നൂറ്റാണ്ടിലും മോഹിനിയാട്ടം ഒരു പ്രകടന കരകൗശലമായി വളർന്നു, ചില

രാജകീയ സംസ്ഥാനങ്ങളുടെ പിന്തുണ കാരണം. പത്തൊൻപതാം നൂറ്റാണ്ടിന്റെ മധ്യത്തിൽ തിരുവിതാംകൂർ മഹാരാജാവ്, എഴുത്തുകാരനും മികച്ച സംഗീതസംവിധായകനുമായ സ്വാതിതിരുനാൾ രാമവർമ്മയുടെ തുടക്കവും പിന്തുണയും, പ്രത്യേക ഭരതനാട്യം, മോഹിനിയാട്ടം എന്നിങ്ങനെ രണ്ട് തരത്തിലുള്ള വിദഗ്ധരുടെ ഒരു സഹകരണ സംഘത്തെ മെച്ചപ്പെടുത്തി. ഫൈൻ ആർട്ടിലെ അദ്ദേഹത്തിന്റെ പ്രതിബദ്ധതകൾ ഇന്നത്തെ മോഹിനിയാട്ടത്തിന്റെ സംഭവവികാസങ്ങളും ചിട്ടപ്പെടുത്തലും സാധ്യമാക്കി.

ഈ അവതരണ വൈദഗ്ധ്യത്തിന്റെ സ്വര സംഗീതം ഈ നൃത്ത ഘടനയിൽ അഭിനയിച്ച ഗണ്യമായ എണ്ണം സംഘടനകളുടെ വിവിധ താളങ്ങളും വാക്യങ്ങളും ഏകീകരിക്കുന്നു, ഇത് സംസ്കൃതവും മലയാളവും കലർന്ന മണിപ്രവാളത്തിലാണ്, സംഗീത ശൈലി കർണാടകമാണ്. മോഹിനിയാട്ടം പ്രദർശന വേളയിൽ വായിക്കുന്ന ഉപകരണങ്ങളിൽ ഭൂരിഭാഗവും കുഴിതാളം അല്ലെങ്കിൽ കൈത്താളങ്ങൾ ഉൾപ്പെടുന്നു; വീണ; ഇടയ്ക്ക, മണിക്കൂർഗ്ലാസ് രൂപപ്പെടുത്തിയ ഡ്രം; മൃദംഗം, രണ്ട് തലകളുള്ള ബാരൽ രൂപത്തിലുള്ള ഡ്രം; മരക്കാറ്റും.

3

ഒപ്പന

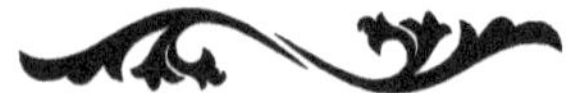

മലബാറിലെ മുസ്ലീങ്ങൾക്കിടയിൽ ഒപ്പന ഒരു സാധാരണ പ്രദർശന നിലവാരമാണ്. വിവാഹങ്ങൾ, യൗവനം സംപ്രേക്ഷണം ചെയ്യാനുള്ള കഴിവുകൾ തുടങ്ങിയ അവരുടെ വ്യത്യസ്ത സന്തോഷ സന്ദർഭങ്ങളിൽ ഇത് സാധാരണയായി കാണാറുണ്ട്. ഓരോ മുസ്ലീം കല്യാണത്തിന്റെയും ഒരു ഭാഗം എന്നതിലുപരി - അത് പൊതുവെ ശ്രദ്ധേയമായത് - ഒരു മാർക്കകല്യാണത്തിലും, ഒരു വയസ്സറിയിക്കലും, ഒരു നാൾപ്പത്തുകളിയും നടക്കുന്ന അവസരങ്ങളിൽ ഒപ്പനയും സമാനമായ രീതിയിലാണ് നടത്തുന്നത്.

ഒപ്പന എന്നതിന്റെ മൂലപദമാണ് അഫ്ന എന്ന അറബി പദമാണ്. പ്രത്യേക വീക്ഷണങ്ങൾ അനുസരിച്ച്, മലബാറി മുസ്ലീങ്ങളുടെ മറ്റൊരു ക്രിയാത്മകമായ ആവിഷ്കാരമായ മാപ്പിളപ്പാട്ടിന്റെ ശ്രുതിമധുരമായ ഇശലിലേക്ക് ഒപ്പനയുടെ ആരംഭ പോയിന്റുകൾ പിന്തുടരാം. വൈവിധ്യമാർന്ന വ്യക്തികൾക്ക് സ്വയംഭരണാധികാരമുള്ള തരത്തിലുള്ള ഒപ്പനകളുണ്ട്.

വടക്കൻ കേരളത്തിലെ മാപ്പിള അയൽപക്കങ്ങൾക്കിടയിൽ ഒരു സാധാരണ തരം വിനോദം. സ്ത്രീകൾ ചുറ്റുപാടും അവതരിപ്പിക്കുന്ന ഇത് ഷെഡ്യൂൾ

സഹിതം മാത്രമായി അടുക്കിയിരിക്കുന്നു. കേരളത്തിലെ സ്ത്രീകൾ നടത്തുന്ന കൈകൊട്ടിക്കല്ലിനു ശേഷമാണിത്. എന്നിരുന്നാലും, അറേബ്യൻ രാജ്യങ്ങളിലെ ഒഴിവാക്കാനാവാത്ത സാധാരണ ആചാരവുമായി ഇതിന് കൂടുതൽ സാമ്യമുണ്ട്. ഈ നൃത്ത ഘടനയിൽ, സ്പെഷ്യലിസ്റ്റുകൾ ഉൾപ്പെടെ പതിനഞ്ചോളം വരുന്ന സ്ത്രീകൾ, ഒരു പ്രധാന ദിവസത്തിൽ, ഒരു നൃത്ത നിർവ്വഹണത്തിൽ അവരുടെ ശരീരം ആടുന്നു. സ്വർണ്ണാഭരണങ്ങൾ കൊണ്ട് പൊതിഞ്ഞ, കൈപ്പത്തികളും പാദങ്ങളും കൊണ്ട് പൊതിഞ്ഞ, മൈലാഞ്ചിയുടെ (മൈലാഞ്ചി) മനോഹരമായി നെയ്ത ചിത്രം കൊണ്ട് രൂപകല്പന ചെയ്ത, എല്ലാ സ്വാദിഷ്ടതകളും ധരിച്ച്, പീഠം എന്ന് വിളിക്കപ്പെടുന്ന ഉയർന്ന ഇരിപ്പിടത്തിൽ കരകൗശല വിദഗ്ധരുടെ വലയത്തിന് നടുവിൽ വലിയ പ്രാധാന്യമുള്ള സ്ത്രീ ഇരിക്കുന്നു. സ്പെഷ്യലിസ്റ്റുകൾ പാടുമ്പോൾ, അവർ കലാപരമായി അഭിനന്ദിക്കുകയയം സ്ത്രീക്ക് ചുറ്റും അത്യാവശ്യ മുന്നേറ്റങ്ങൾ നടത്തുകയും ചെയ്യുന്നു. കുറച്ച് ചെറുപ്പക്കാർ പാട്ട് തുടങ്ങും, താമസിയാതെ ബാക്കിയുള്ളവർ ക്രമത്തിൽ പങ്കെടുക്കും. നൃത്തം രാത്രി വരെ നീളുന്നു. ചില അവസരങ്ങളിൽ ഒപ്പന ചായൽ എന്ന് വിളിക്കപ്പെടുന്ന ഒരു തരം ഒപ്പന കളിക്കാറുണ്ട്, അത് പ്രകീർത്തനം ഒഴിവാക്കുന്നു.

4

ഓട്ടൻ തുള്ളൽ

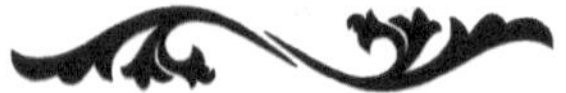

ഓട്ടൻ തുള്ളൽ (അല്ലെങ്കിൽ ഓട്ടംതുള്ളൽ) കേരളത്തിന്റെ പുനരാഖ്യാനവും നൃത്ത കലാരൂപവുമാണ്. പതിനെട്ടാം നൂറ്റാണ്ടിൽ കുഞ്ചൻ നമ്പ്യാരാണ് ഇത് അവതരിപ്പിച്ചത്. സമൂഹത്തെ വിശകലനം ചെയ്യുമ്പോൾ നർമ്മം കൊണ്ട് ഇടയ്ക്കിടെ ബന്ധിപ്പിച്ചിരിക്കുന്ന നാടോടി അവതരണം ഒരു മൃദംഗം അല്ലെങ്കിൽ ഒരു ജോടി ഇലത്താളം കൈത്താളങ്ങൾ ഒഴികെയുള്ള സൗകര്യപ്രദമായ ഇടക്കയാണ്.

ഒട്ടംതുള്ളലിൽ, പച്ച സൗന്ദര്യവർദ്ധക വസ്തുക്കളും ഉജ്ജ്വലമായ വസ്ത്രവും (നീളമുള്ള ചുവപ്പും വെള്ളയും ബാൻഡും ചായം പൂശിയ തടി അലങ്കാരങ്ങളും കൊണ്ട് രൂപകൽപ്പന ചെയ്തത്) ഒരു സ്വതന്ത്ര വിനോദക്കാരൻ നൃത്തം വിവരിക്കുന്നതിനിടയിൽ അഭിനയിക്കുകയും നീങ്ങുകയും ചെയ്യുന്നു. ഒരു തീം അല്ലെങ്കിൽ ചുരുങ്ങിയത് ഒരു സ്പെഷ്യലിസ്റ്റെങ്കിലും ഓരോ വാക്യവും പൂർത്തിയാകുമ്പോൾ അത് വീണ്ടും എഴുതുന്നു.

5

തിരുവാതിര

കേരളത്തിലെയും തമിഴ്നാട്ടിലെയും ഇന്ത്യൻ ഡൊമെയ്നുകളിൽ ആഘോഷിക്കുന്ന ഒരു ഹിന്ദു ഉത്സവമാണ് തിരുവാതിര. പരമശിവന്റെ ജന്മദിനമായ തിരുവാതിരയുടെ വാഗ്ദാന ദിനത്തിൽ കേരളത്തിൽ അഭിനയിക്കുന്ന ഒരു അതുല്യ നൃത്തമാണ് തിരുവാതിരകളി അല്ലെങ്കിൽ കൈകൊട്ടികളി. കേരളത്തിലെ പ്രസിദ്ധമായ കലകളിൽ ഒന്നാണിത്, അനന്തമായ അടുപ്പമുള്ള ആനന്ദത്തിനായി ഉപകാരങ്ങൾ തേടുന്ന സ്ത്രീകൾ ഇത് അവതരിപ്പിക്കുന്നു. മലയാള മാസമായ ധനുവിലാണ് (ഡിസംബർ-ജനുവരി) ഇത് വരുന്നത്. ഹിന്ദു കെട്ടുകഥകൾ അനുസരിച്ച്, ഈ നൃത്തമാണ് കാമദേവനെ (സ്നേഹത്തിന്റെ ദൈവം) ശിവന്റെ ക്രോധത്താൽ വെണ്ണീറാക്കിയപ്പോൾ ജീവിതത്തിലേക്ക് തിരികെ കൊണ്ടുവന്നത്.

എട്ടോ പത്തോ സ്ത്രീകളുടെ സാമൂഹിക കാര്യങ്ങൾ സാധാരണ കേരളീയ വസ്ത്രം ധരിച്ച് എല്ലായിടത്തും സഞ്ചരിക്കുന്നത് കാണാം. നൃത്തത്തിന്റെ ഇളം മെച്ചപ്പെടുത്തലുകൾ ആകർഷകവും സമ്പന്നവുമാണ്. മുടിയിൽ അലങ്കരിച്ച പുതിയ മുല്ലപ്പൂക്കളോട് ചേർന്ന് വ്യതിരിക്തമായ വരകളുള്ള വെളുത്ത സാരികൾ മഹത്തായ

കാഴ്ച നൽകുന്നു. പ്രതിബദ്ധതയും സ്ത്രീ ഊർജ്ജത്തിന്റെ ശക്തിയുമാണ് ഈ പഴയ ആചാരത്തിന്റെ കേന്ദ്രം.

6

മാർഗംകളി

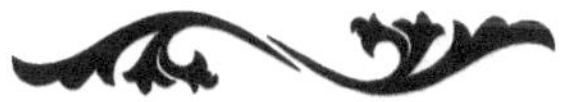

കോട്ടയം, തൃശൂർ പ്രദേശങ്ങളിലെ സുറിയാനി ക്രിസ്ത്യാനികളുടെ ഒരു കസ്റ്റം സൊസൈറ്റി ക്രാഫ്റ്റാണ് മാർഗംകളി. 12 വിദഗ്ധർ കത്തിച്ച തിരി വിളക്കിൽ (നിലവിളക്ക്) പാടി ചുറ്റി സഞ്ചരിക്കുന്നു, അടിസ്ഥാന നിലവാരമുള്ള വെളുത്ത ധോത്തിയും തലപ്പാവിൽ മയിൽപ്പീലിയും ധരിച്ച് മറച്ചുവെക്കാനുള്ള ഒരു സ്പർശം നൽകുന്നു. സാധാരണയായി, പന്ത്രണ്ട് വിദഗ്ധർ "ചട്ടയും മുണ്ടും" ധരിച്ച് ഒരു നിലവിളക്കിന് ചുറ്റും സ്തുതിച്ചുകൊണ്ട് പാടി നീങ്ങുന്നു. പ്രകാശം ക്രിസ്തുവിലേക്കും അവതാരകരിലേക്കും അവന്റെ ആരാധകരെ ആകർഷിക്കുന്നു. പ്രദർശനം സാധാരണയായി രണ്ട് വിഭാഗങ്ങളിലായാണ് ("പദം") നടക്കുന്നത്, നിരീക്ഷകനായ സെന്റ് തോമസിന്റെ സാന്നിധ്യം ചിത്രീകരിക്കുന്ന ട്യൂണുകളിലും നീക്കങ്ങളിലും ആരംഭിക്കുന്നു. വ്യാജ കട്ടിംഗ് എഡ്ജുകളുടെയും ഷീൽഡുകളുടെയും സൈനിക കളിയിലൂടെ ഇത് ഒരു ഹിറ്റിംഗ് ടേൺ എടുക്കുന്നു. രാഗം പാടുന്ന താരതമ്യേനയുള്ള വ്യക്തി വായിക്കുന്ന രണ്ട് ചെറിയ ഈന്തപ്പന വലിപ്പമുള്ള കൈത്താളങ്ങളല്ലാതെ മാർഗംകളി മറ്റ് ഉപകരണങ്ങളൊന്നും ഉപയോഗിക്കുന്നില്ല.

7

ചാക്യാർ കൂത്ത്

ഇന്ത്യയിലെ കേരളത്തിൽ നിന്നുള്ള ഒരു പ്രകടന കലയാണ് ചാക്യാർ കൂത്ത്. ഹൈന്ദവ ഇതിഹാസങ്ങളിൽ നിന്നുള്ള രംഗങ്ങളും പുരാണങ്ങളിൽ നിന്നുള്ള കഥകളും എന്റർടെയ്നർ വിവരിക്കുന്ന ഒരുതരം അഗാധമായ പരിഷ്ക്കരിച്ച സംഭാഷണമാണിത്.

ചാക്യാർ കൂത്തിൽ കഥ മുഴുവൻ അവതരിപ്പിക്കുന്നത് ഒരു ഏകാന്ത വിനോദമാണ്. കോർട്ട് ബഫൂണിന്റേതാണ് മേളങ്ങൾ. അരിപ്പൊടിയും മഞ്ഞൾപ്പൊടിയും കടുംപൊടിയും ഉപയോഗിച്ചാണ് മുഖത്തെ മേക്കപ്പ് പൂർത്തിയാക്കിയത്. ഒരു ചെവിയിൽ അലങ്കാരവും മറ്റേ ചെവിയിൽ വെറ്റിലയും ധരിക്കുന്നു. ആർട്ടിസ്റ്റിനൊപ്പം പോകുന്ന ഒരാൾ തിരശ്ശീലയ്ക്ക് പിന്നിൽ മിഴാവ് എന്ന താളവാദ്യം വായിക്കുന്നു.

പാരഡി, സാമൂഹിക വിശകലനം, നർമ്മം, അവതരണ വേളയിൽ അവതരിപ്പിക്കുന്ന അനുബന്ധ കഥകൾ അല്ലെങ്കിൽ രംഗങ്ങൾ എന്നിവയാണ് ചാക്യാർ കൂത്തിന്റെ സവിശേഷതകൾ. പരമാധികാരത്തിന്റെ മുൻകാലങ്ങളിൽ, രാജാവിനെയും അദ്ദേഹത്തിന്റെ പ്രകടനങ്ങളെയും പോലും ശാസിക്കാനുള്ള പദവി ചാക്യാർക്ക് നിക്ഷിപ്തമായിരുന്നു. ജനക്കൂട്ടം ചാക്യാരെ ശ്രദ്ധിക്കണമെന്നും അദ്ദേഹത്തിന്റെ

പ്രതികരണങ്ങൾ അംഗീകരിക്കണമെന്നുമായിരുന്നു പരിശീലനം. അവതരിപ്പിക്കുമ്പോൾ ചാക്യാർ നടത്തിയ പരാമർശങ്ങളോടുള്ള എതിർപ്പ് ആ പരിസരത്തെ കലാഘടനയുടെ പ്രകടനം എന്നെന്നേക്കുമായി അവസാനിപ്പിക്കാൻ പ്രേരിപ്പിക്കുമായിരുന്നു.

8

ദഫ്മുട്ട്

ദക്ഷിണേന്ത്യയിലെ കേരളത്തിന്റെയും കർണാടകത്തിന്റെയും (മലബാറിലെ മുസ്ലീങ്ങൾക്കിടയിൽ പ്രസിദ്ധമായത്) ഡൊമെയ്നുകളുടെ മലബാർ മേഖലയിൽ ഒഴിവാക്കാനാവാത്ത ഒരു വർക്ക്മാൻഷിപ്പ് ഘടനയാണ് ദഫ്മുട്ട്. മരത്തിന്റെയും കാളയുടെയും തോൽ കൊണ്ട് നിർമ്മിച്ച താളവാദ്യമായ ഡഫിൽ നിന്നാണ് ഇതിന് ഈ പേര് ലഭിച്ചത്. ദഫ് എന്ന വാക്ക് അറബിയിൽ നിന്ന് ആരംഭിച്ചതാണ്, അതിനെ തപ്പിത്ത എന്നും വിളിക്കുന്നു.

കലാകാരന്മാർ ദഫ്ഫു എന്ന് വിളിക്കപ്പെടുന്ന ഒരു ആഴം കുറഞ്ഞ വൃത്താകൃതിയിലുള്ള താളവാദ്യത്തിൽ അടിക്കുന്നു. സാമൂഹിക സംഭവത്തിന്റെ മുകൾഭാഗം ലീഡ് പാടുന്നു, മറ്റുള്ളവർ ഒത്തുചേരൽ രൂപപ്പെടുത്തുകയും ചുറ്റിലും ചുറ്റി സഞ്ചരിക്കുകയും ചെയ്യുന്നു. സന്യാസിമാർക്കും ഇതിഹാസങ്ങൾക്കും സ്വർഗീയ വ്യക്തികൾക്കുമുള്ള അംഗീകാരങ്ങളാണ് ഈ രാഗങ്ങൾ.

9

ചവിട്ടുനാടകം

കേരളത്തിലെ എറണാകുളം മേഖലയിൽ ആരംഭിച്ച ലാറ്റിൻ ക്രിസ്ത്യൻ ആചാരപരമായ കരകൗശല ഘടനയാണ് ചവിട്ടുനാടകം. ചവിട്ടുനാടകത്തിന്റെ തുടക്കമാണ് ഫോർട്ട് കൊച്ചിയെന്ന് പൊതുവെ അംഗീകരിക്കുന്നു. പതിനേഴാം നൂറ്റാണ്ടിൽ ആരംഭിച്ച ചവിട്ടുനാടകം സംഗീതം, നൃത്തം, അഭിനയം, വ്യാപാര ഗതാഗതം, മാനസികാവസ്ഥ എന്നിവയുടെ സമന്വയമാണ്, അതിന്റെ വളർത്തുമൃഗങ്ങൾ ക്രിസ്തുവും അനുഗ്രഹീതരായ വ്യക്തികളും യജമാനന്മാരുടെ സ്ഥിരീകരണ ക്രമീകരണവുമാണ്.

തടികൊണ്ടുള്ള ഷീറ്റ് ഉപയോഗിച്ച് സ്റ്റേജ് ഒരുക്കും. താളവാദ്യങ്ങളായ പട താമ്പറിന്റെയും മരവലടിയുടെയും താളത്തിൽ നാടകം എത്തുന്നു, അതിലുപരി ധീരതയാൽ ബന്ധിതമായ ഒരു പദാർത്ഥത്തെ അടിസ്ഥാനമാക്കിയുള്ളതാണ്. ഒരു ട്യൂണിലൂടെയാണ് കഥ നടക്കുന്നത്. വർണ്ണ മാട്ടുകൾ, വിരുതം, കവി, കാപ്പ്, തുയാർ, കളിത്തുറ തുടങ്ങി വിവിധ ഘട്ടങ്ങളിലൂടെ ഊർജസ്വലമായ പിച്ചിലേക്ക് അടി തെറ്റാതെ ഉയരുന്നു.

കഥാപാത്രങ്ങൾ പൊതുവെ യൂറോപ്യൻ ഭരണാധികാരികളായിരുന്നതിനാൽ, അവരുടെ വസ്ത്രങ്ങൾ

കിരീടം, വടി, സമ്പുഷ്ടീകരണങ്ങൾ, ആയുധങ്ങളും കവചങ്ങളും വഹിക്കുന്ന മത്സരാർത്ഥികൾ മുതലായവ വളരെ മനോഹരമായിരുന്നു. സ്പെഷ്യലിസ്റ്റുകൾ സ്റ്റേജിലേക്ക് പ്രവേശിക്കുമ്പോൾ പാടുന്നു, അതിനുശേഷം പാട്ട് ഉണ്ടാകും.

10

പടയണി

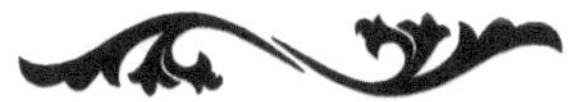

പടേനി എന്നും അറിയപ്പെടുന്ന പടയണി, ഒരു സാധാരണ സമൂഹനൃത്തവും കേരളത്തിന്റെ മധ്യഭാഗത്ത് നിന്നുള്ള ഒരു ഇഷ്ടാനുസൃത കരകൗശലവുമാണ്. കവർ ഉൾപ്പെടെയുള്ള ശരിയായ നൃത്തം, ഭഗവതി സുരക്ഷിത കേന്ദ്രങ്ങളിൽ അഭിനയിച്ച കാലഹരണപ്പെട്ട ആചാരമാണിത്. ഭദ്രകാളിയെ അഭിനന്ദിച്ചാണ് നൃത്തം നടത്തുന്നത്. കേരളത്തിലെ മധ്യതിരുവിതാംകൂർ പ്രദേശങ്ങളിലെ ദേവി ശരണാലയങ്ങളുമായി ബന്ധപ്പെട്ട ഒരു ഇഷ്ടാനുസൃത നാടക ശില്പശാലയാണ് പടയണി. അവിശ്വസനീയമായ വില്ലനായ ദാരികനെതിരായ വിജയത്തിനു ശേഷവും രോഷം കെട്ടടങ്ങാതെ നിൽക്കുന്ന ഭദ്രകാളി ദേവിയെ പൂർത്തീകരിക്കുന്ന പ്രതീകാത്മക വിലാസമാണ് പടയണിയിലെ ആചാരങ്ങൾ. ഉത്സവങ്ങളുടെ കാലാവധി ഏഴ് മുതൽ 28 ദിവസം വരെ വ്യത്യാസപ്പെടുന്നു, ഇത് നഗരങ്ങളുടെ പങ്കാളിത്തവും സംഘടിപ്പിക്കുന്നതും പ്രകടമാക്കുന്നു.

11

തെയ്യം

തെയ്യം (തെയ്യാട്ടം) ഇന്ത്യയിലെ കേരളത്തിലും കർണ്ണാടകയിലും ഉള്ള ഒരു പ്രശസ്തമായ നൃത്ത പ്രേമമാണ്. ഇത് നൃത്തം, അനുകരണം, സംഗീതം എന്നിവ ഉൾക്കൊള്ളുന്നു. വിശുദ്ധരായ ആളുകൾക്കും അവരുടെ ജനിപ്പിക്കുന്നവരുടെ ആത്മാക്കൾക്കും ആരാധനയ്ക്ക് വലിയ പ്രാധാന്യം നൽകിയ പഴയ ഗോത്രവർഗക്കാരുടെ ബോധ്യങ്ങളെ ഇത് വർധിപ്പിക്കുന്നു. ചെണ്ട, ഇലത്താളം, കുറുംകുഴൽ, വീക്കുചെണ്ട തുടങ്ങിയ വാദ്യോപകരണങ്ങളുടെ വിഷയമാണ് ആചാരപരമായ നൃത്തം. 400-ലധികം വ്യത്യസ്ത തെയ്യങ്ങൾ ഉണ്ട്, ഓരോന്നിനും അതിന്റേതായ സംഗീതവും ശൈലിയും വികാസവുമുണ്ട്. രക്തചാമുണ്ഡി, കാരി ചാമുണ്ഡി, മുച്ചിലോട്ട് ഭഗവതി, വയനാട്ടുകുലവൻ, ഗുളികൻ, പൊട്ടൻ എന്നിവയാണ് ഇവയിൽ ഏറ്റവും പ്രകടമായത്.

12

ഓണപ്പൊട്ടൻ

വ്യത്യസ്ത തരത്തിലുള്ള അസാധാരണ വ്യക്തികളുടെയും പതിവ് ഷോ-സ്റ്റോപ്പർമാരുടെയും ആഘോഷത്താൽ ഓണത്തിന്റെ ഉത്സവം വേറിട്ടുനിൽക്കുന്നു. കേരളത്തിലെ വടക്കേ മലബാർ പ്രദേശത്ത് ഓണക്കാലത്ത് പ്രത്യക്ഷപ്പെടുന്ന ഒരു പൊതു വ്യക്തിയാണ് ഓണപ്പൊട്ടൻ (ഓണേശ്വരൻ). പഴയ കഥകൾ കാണിക്കുന്നത് പോലെ, മഹാബലി രാജാവ് മറഞ്ഞിരിക്കുന്ന ലോകം നൽകുകയും തന്റെ 'പ്രജകളെ' ഒരിക്കൽ വിശ്വസനീയമായി സന്ദർശിക്കാൻ കേരളത്തിലെത്തുകയും ചെയ്യുമ്പോൾ ഓണം ഗൃഹപ്രവേശത്തെ പ്രശംസിക്കുന്നു. ശിരോവസ്ത്രം ധരിച്ച്, അഗാധമായ, ചടുലമായ സൗന്ദര്യ സംരക്ഷണ ഉൽപ്പന്നങ്ങൾ, മനോഹരമായ വസ്ത്രങ്ങൾ എന്നിവ ധരിച്ച്, ഓണപ്പൊട്ടൻ മഹാബലി രാജാവിനെ പരിപാലിക്കുകയും ഓണാഘോഷത്തിന്റെ ഉത്രാടം, തിരുവോണം ദിവസങ്ങളിൽ വീടുകൾ സന്ദർശിക്കുകയും ചെയ്യുന്നു.

ഒരു കൈയിൽ മോതിരവും മറുകൈയിൽ ഈന്തപ്പനക്കുടയും (ഓലക്കുട) പിടിച്ച് അയാൾ തന്റെ 'വിഷയങ്ങളിൽ' സമ്മാനങ്ങൾ വർഷിക്കുന്നു. ഓണത്തിന്റെ തുടക്കവും മഹാബലിയുടെ ഇതിഹാസവും ചിത്രീകരിക്കുന്ന

ഈണങ്ങളിലേക്കാണ് ഓണപ്പൊട്ടൻ നീങ്ങുന്നത്.

13

പുലിക്കളി

പുലിക്കളി കേരളത്തിലെ ഒരു കായിക വിനോദമാണ്. ഓണാഘോഷത്തിന്റെ നാലാം ദിവസം, കരകൗശല വിദഗ്ധർ തങ്ങളുടെ ശരീരത്തിൽ കടുവയെപ്പോലെ മഞ്ഞയും ചുവപ്പും കടും വരകളും വരയ്ക്കുകയും പരമ്പരാഗത താളവാദ്യങ്ങളുടെ താളത്തിൽ നൃത്തം ചെയ്യുകയും ചെയ്യുന്നു, ഉദാഹരണത്തിന്, തകിൽ, ഉടുക്ക്, ചെണ്ട. ഈ സൊസൈറ്റിയുടെ കരകൗശലത്തിന്റെ പ്രധാന വിഷയം കടുവയുടെയും ട്രാക്കറിന്റെയും ഭാഗമായി അംഗങ്ങളുമായി കടുവ വേട്ടയാണ്. തത്തുല്യമായ മേക്കപ്പ് ഓയിൽ പെയിന്റ് ഉപയോഗിച്ച് പ്രയോഗിക്കുന്നു, അത് ഇല്ലാതാക്കാൻ അവിശ്വസനീയമാംവിധം ബുദ്ധിമുട്ടാണ്. എന്നിരുന്നാലും, ഓണക്കാലത്ത് തുടർച്ചയായി, തൃശ്ശൂരിലെ (കേരളത്തിന്റെ സാംസ്കാരിക തലസ്ഥാനം) റോഡുകൾ ഈ അസാധാരണ സന്ദർഭം കാണ്മാൻ സംസ്ഥാനത്തിന്റെ വിവിധ ഭാഗങ്ങളിൽ നിന്നും ലോകമെമ്പാടുമുള്ള വ്യക്തികളെ ആകർഷിക്കുന്നു.

14

കളരി

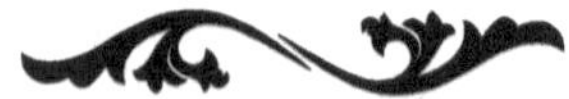

കളരി എന്നതിന് സമാനമായി പരാമർശിക്കപ്പെടുന്ന കളരിപ്പയറ്റ്, ആധുനിക കേരളത്തിൽ ആരംഭിച്ച ഒരു ഇന്ത്യൻ സൈനിക പ്രവർത്തനമാണ്. കളരിപ്പയറ്റിന്റെ ചരിത്രത്തിന് പേരുകേട്ടതാണ്.

വേഗത്തിലും അനായാസമായും മാറുന്നത് വരെ ശരീരം മുഴുവൻ ഒരു ഓയിൽ ബാക്ക് റബ്ബ് ഉപയോഗിച്ചാണ് ക്രമീകരണം ആരംഭിക്കുന്നത്. ചാട്ടം (ബൗൺസിംഗ്), ഓട്ടം (ഓട്ടം), മാരിചിൽ (സോമർസോൾട്ട്) തുടങ്ങിയ നേട്ടങ്ങൾ വർക്ക്മാൻഷിപ്പ് ഘടനയുടെ അനിവാര്യമായ ഭാഗങ്ങളാണ്. വെട്ടുകത്തികൾ, കത്തികൾ, കുന്തങ്ങൾ, ഗദകൾ, പിൻവലിക്കൽ തുടങ്ങിയ ആയുധങ്ങൾ ഉപയോഗിക്കുന്നതിനും സമാനമായ രീതികളുണ്ട്.

മനസ്സും ശരീരവും തമ്മിലുള്ള നിർണ്ണായകമായ ഏകോപനമാണ് അടിസ്ഥാനകാര്യം. കളരിപ്പയറ്റിന്റെ കൂടിച്ചേരലിന്റെ മറ്റൊരു പോയിന്റ് പ്രാദേശിക പുനരുദ്ധാരണ രീതികളിലെ വൈദഗ്ധ്യമാണ്. അതുപോലെ കടുത്ത പ്രണയത്തിന്റെ വലിയ കേന്ദ്രബിന്ദുവാണ് കളരികൾ.

15

കോൽക്കളി

കേരളത്തിലെ മലബാർ പ്രദേശത്ത് പ്രവർത്തിക്കുന്ന ഒരു ജനകീയ സൃഷ്ടിയാണ് കോൽക്കളി. നൃത്ത കലാകാരന്മാർ എല്ലായിടത്തും നീങ്ങുന്നു, ചെറിയ കോലുകൾ അടിക്കുകയും ശ്രദ്ധേയമായ മുന്നേറ്റങ്ങളുമായി താളം നിലനിർത്തുകയും ചെയ്യുന്നു. നൃത്തം പുരോഗമിക്കുമ്പോൾ വൃത്തം വികസിക്കുകയും ചുരുങ്ങുകയും ചെയ്യുന്നു. സംഗീതത്തോടൊപ്പമുള്ള സഞ്ചാരം പിച്ചിൽ ഇടതടവില്ലാതെ ഉയരുകയും നൃത്തം അതിന്റെ പാരമ്യത്തിൽ കാണിക്കുകയും ചെയ്യുന്നു.

വന്ദനകളിയോടെയാണ് കോൽക്കളി ആരംഭിക്കുന്നത്. സുബ്രഫമണ്യനും ഗണപതിയും സ്തുതിക്കുന്നു. ഇതിനെത്തുടർന്ന് പലതരം ചലനങ്ങൾ വ്യത്യസ്ത ബീറ്റുകളിൽ നടക്കുന്നു. കോൽക്കളി താളങ്ങൾ ഇഴചേർക്കുന്നത് അതിനെ കാണാതാക്കുന്നു. അയൽപക്കത്തെ ദൈവങ്ങളെ ചിത്രീകരിക്കുന്ന ആദരണീയമായ കഥകളുമായി കോൽക്കളി രാഗങ്ങൾ ഇടകലർന്നിരിഢുന്നു. കോൽക്കളിയുടെ പ്രാരംഭ ഘട്ടങ്ങൾ ഹിന്ദു അഭയകേന്ദ്രങ്ങളിലേക്ക് പിന്തുടരാം. മുസ്ലിം സാമൂഹിക വർഗ്ഗം ഈ സമൂഹത്തിന്റെ കരകൗശലത്തിനോട്

വിലമതിക്കാനാകാത്ത കടപ്പാട് കൂടി അറിയിച്ചിട്ടുണ്ട്

16

പുള്ളുവൻ പാട്ട്

പുള്ളുവർ എന്ന പ്രദേശവാസികൾ ആലപിച്ച ഔപചാരിക ഗാനമാണ് പുള്ളുവൻ പാട്ട്. പാമ്പുകളുടെ സ്നേഹം, ആചാരം, ആചാരം, പുറത്താക്കൽ എന്നിവ ഉപയോഗിച്ച് ഈ രാഗങ്ങൾ തിരിച്ചറിയപ്പെടുന്നു, കൂടാതെ പുള്ളുവൻ പ്രദേശത്തിന് ഭയാനകമായ അടയാളങ്ങൾ പരിശോധിക്കാനും മോശം അടയാളങ്ങളുടെ ആഘാതങ്ങൾ ഇല്ലാതാക്കുന്നതിനുള്ള സമീപനങ്ങൾ ശുപാർശ ചെയ്യാനും കഴിയുമെന്ന വിശ്വാസമുണ്ട്. കേരളത്തിലെ പുള്ളുവർ പാമ്പുകളുമായി ദൃഢമായി ബന്ധപ്പെട്ടിരിക്കുന്നു. അവർ പാമ്പിനെ ദൈവിക ദൈവങ്ങളായി കണക്കാക്കുകയും ജപ്തികൾ നടത്തുകയും ഈണങ്ങൾ ആലപിക്കുകയും ചെയ്യുന്നു.

പുള്ളുവൻ എന്ന പേര് ആരംഭിച്ചത് ശകുനപ്പക്ഷി എന്ന പക്ഷിയുടെ പേരിൽ നിന്നാണ്, അതിന്റെ കരച്ചിൽ മുൻകരുതലായി കണക്കാക്കപ്പെടുന്നു, ഈ പക്ഷികളുടെ ശബ്ദത്തിൽ നിന്ന് ഈ പ്രദേശത്തിന് മുൻകൂട്ടി കാണാൻ കഴിയും. പുള്ളുവൻ പാട്ട് പാമ്പിനെ ആരാധിക്കുന്നതുമായി ദൃഢമായി ബന്ധപ്പെട്ടിരിക്കുന്നു, അവർ പാമ്പുകളെ ദൈവമായി കണക്കാക്കുകയും പ്രത്യേക ചടങ്ങുകൾ

നടത്തുകയും ചെയ്യുന്നു, ഉദാഹരണത്തിന്, പുള്ളുവൻ പാട്ട്. പുള്ളുവൻ വീണ എന്നറിയപ്പെടുന്ന ഒരു തന്ത്രിയായ വയലിൻ, പുള്ളുവൻ കൂടം എന്ന ചരടോടുകൂടിയ മൺപാത്രം എന്നിവയാണ് ഈ രാഗത്തിന് ഉപയോഗിച്ചിരിക്കുന്നത്.

17

കൂടിയാട്ടം

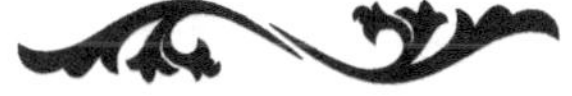

കേരളത്തിന്റെ സ്ഥിരം കലാസൃഷ്ടിയാണ് കൂടിയാട്ടം. കൂത്തിന്റെ ഭാഗങ്ങളുമായി പഴയ സംസ്കൃത നാടകവേദിയുടെ ഒരു മിശ്രിതമാണിത്, സംഘകാലത്തിന്റെ കാലഹരണപ്പെട്ട വർക്ക്മാൻഷിപ്പ്. ഏകദേശം 2000 വർഷം പഴക്കമുള്ള കുറ്റിയാട്ടം (കൂടിയാട്ടം) മനുഷ്യരാശിയുടെ വാക്കാലുള്ളതും അദൃശ്യവുമായ പൈതൃകത്തിന്റെ മാസ്റ്റർപീസായി യുനെസ്കോ ഔദ്യോഗികമായി കാണുന്നു.

മിഴാവ്, കുഴിതാളം, ഇടക്ക, കുറുംകുഴൽ, ശംഖു എന്നിവയാണ് കൂടിയാട്ടത്തിൽ സാധാരണയായി ഉപയോഗിക്കുന്ന പ്രധാന ഉപകരണങ്ങൾ. സാധാരണ, ചാക്യാരും (കേരള ഹിന്ദുക്കളുടെ ഒരു ഉപജാതി) നങ്ങ്യാരമ്മയും (അമ്പലവാസി നമ്പ്യാർ റാങ്കിലുള്ള സ്ത്രീകൾ) ആണ് കൂടിയാട്ടം അവതരിപ്പിച്ചിരുന്നത്. "കൂടിയാട്ടം" എന്ന പേര്, ഒരുമിച്ച് കളിക്കുകയോ അവതരിപ്പിക്കുകയോ ചെയ്യുന്നതിനെ സൂചിപ്പിക്കുന്നു, മിഴാവ് ഡ്രമ്മർമാരുടെ ബാംഗ്ലുകളോട് കൂടിയ ആൾക്കൂട്ടത്തിന്റെ സ്വഭാവത്തിന് മുമ്പായി വ്യത്യസ്ത കലാകാരന്മാരുടെ സാന്നിധ്യം സൂചിപ്പിക്കാൻ ഓർമ്മിക്കപ്പെടുന്നു

18

അയ്യപ്പൻപാട്ട്

അയ്യപ്പഭക്തർ മാത്രമായി നടത്തുന്ന അയ്യപ്പൻപാട്ടാണ് അയ്യപ്പൻപാട്ട്. പൊതുവെ ശാസ്താപാട്ട് എന്നും ഉടുക്കുപാട്ട് എന്നും വിളിക്കപ്പെടുന്ന, ശബരിമലയിലേക്കുള്ള യാത്രക്കാർ അവരുടെ വീടുകളിലും ശരണാലയങ്ങളിലും അയ്യപ്പൻപാട്ട് നടത്താറുണ്ട്. 'ഉടുക്കിൽ' ഗണപതി താളം എന്ന താളത്തിൽ അടിച്ചതിന് ശേഷമാണ് ഈ രാഗം ആരംഭിക്കുന്നത്. 'ഉടുക്ക്' എന്ന താളവാദ്യം ഒരു ചെറിയ ദ്വിമുഖ പാത്ര ഡ്രം ആണ്. ഇടതുകൈയിൽ പിടിച്ച് വലതുകൈകൊണ്ട് അടിക്കുന്നു. ഇലത്താളം (സിംബൽ) ഇതുപോലെ കളിക്കുന്നു.

പ്രത്യേക സ്ഥലങ്ങളിൽ ആഡംബരത്തോടെ അഭിനയിക്കുന്ന അയ്യപ്പൻ പാട്ട് അയ്യപ്പൻ വിളക്ക് എന്നാണ് അറിയപ്പെടുന്നത്. അയ്യപ്പന്റെയും വാവരുടെയും അധിനിവേശത്തെക്കുറിച്ച് ഭക്തർ ജനക്കൂട്ടത്തിന് മുന്നിൽ അഭ്യർത്ഥിക്കുന്നു. യുദ്ധരംഗങ്ങൾ കൂടുതൽ ഏകോപിപ്പിച്ചിരിക്കുന്നു.

19

കൃഷ്ണാട്ടം

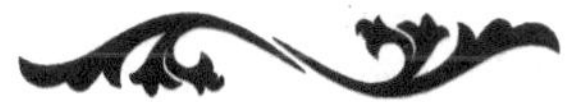

കേരളത്തിലെ ഒരു സങ്കേത കരകൗശലമാണ് കൃഷ്ണാട്ടം. എട്ട് നാടകങ്ങളുടെ ഒരു പ്രസ്ഥാനത്തിൽ കൃഷ്ണന്റെ കഥ അവതരിപ്പിക്കുന്ന ഇത് ഒരു നൃത്ത സംവേദനമാണ്, വടക്കൻ കേരളത്തിലെ അന്നത്തെ കോഴിക്കോട് സാമൂതിരി രാജാവായിരുന്ന മാനവേദ (എഡി 1585-1658) നിർമ്മിച്ചതാണ് ഇത്. അവതാരം, കാളിയമർദനം, രസക്രീഡ, കംസവധം, സ്വയംവരം, ബാണയുദ്ധം, വിവിധവധം, സ്വർഗാരോഹണം എന്നിവയാണ് എട്ട് നാടകങ്ങൾ.

കൃഷ്ണനാട്ടത്തിൽ കൃഷ്ണന്റെ ലോകത്തിന്റെ ആദ്യാനുഭവം മുതൽ സ്വർഗത്തിലേക്കുള്ള മാറ്റം വരെയുള്ള കഥകൾ എട്ട് ഭാഗങ്ങളായി അവതരിപ്പിക്കുന്നു. മുൻകാലങ്ങളിൽ, ഇത് എട്ട് ദിവസം കൊണ്ടാണ് അഭിനയിച്ചത്. കച്ചവടമില്ല. സ്ഥാപനത്തിൽ നിന്നുള്ള പാട്ടുകൾക്കനുസരിച്ച് അവതാരകർ റെൻഡർ ചെയ്യുന്നു. ചേങ്ങില, മദ്ദളം, ഇലത്താളം എന്നിവ വാദ്യങ്ങളോടെ പോകുന്നു. മേക്കപ്പും വസ്ത്രങ്ങളും വ്യക്തവും ചലനാത്മകവുമാണ്.

20

നായകർ കളി

വയനാട്, കോഴിക്കോട്, മലപ്പുറം പ്രദേശങ്ങളിലെ നായ്ക്കർ ഗോത്രങ്ങളിൽ പൊതുവായി കാണപ്പെടുന്ന ഒരു ആചാരപരമായ വ്യക്തിയാണ് നായ്ക്കർ കാളി. ഇത് പ്രധാനമായും അവരുടെ കുലദൈവത്തിന് (ഗോത്രദൈവം) അനുരൂപമായി പ്രവർത്തിക്കുന്നു. എക്സിബിഷനിൽ ഒട്ടനവധി ഔപചാരിക ഘടകങ്ങൾ ഓർമ്മിക്കപ്പെടുന്നു, ബന്ധങ്ങളുടെ സമയത്ത് കുടുംബ ദൈവങ്ങൾക്കുള്ള ഒരു പൂജ എന്ന നിലയിലാണ് ഇത് മുന്നോട്ട് പോകുന്നത്.

15 വ്യക്തികൾ ചേർന്ന് അവതരിപ്പിക്കുന്ന തപ്പു (താളവാദ്യങ്ങൾ), കുഴൽ (കാറ്റ് വാദ്യം) എന്നിവയാണ് നായകർ കളിയിൽ ഉപയോഗിക്കുന്ന വാദ്യങ്ങൾ. വിനോദക്കാർ ജിംഗിൾ കണങ്കാൽ ധരിക്കുകയും വാദ്യോപകരണങ്ങൾക്ക് അനുസൃതമായി സംഗീതപരമായി ഘടികാരദിശയിലും എതിർ ഘടികാരദിശയിലും സഞ്ചരിക്കുകയും ചെയ്യുന്നു. എക്സിബിഷന്റെ മധ്യത്തിൽ അവർ 'ഹോയ്' എന്ന് വിളിക്കുന്നു.

21

കാവടിയാട്ടം

സുബ്രഹ്മണ്യൻ ദേവനുമായി ബന്ധപ്പെട്ട ഒരു ആചാരപരമായ കരകൗശലവിദ്യ, കാവടിയാട്ടം പൊതുവെ ഭഗവാനോടുള്ള പ്രതിബദ്ധതയായി കണക്കാക്കപ്പെടുന്നു. പൊതുവെ സുബ്രഹ്മണ്യൻ തുള്ളൽ എന്ന് വിളിക്കപ്പെടുന്ന കാവടിയാട്ടത്തിൽ അവതാരകൻ തന്റെ തോളിൽ ഒരു സമൃദ്ധമായ കാവടി (മയിൽ കുയിലുകൾ കൊണ്ട് സമൃദ്ധമായി ആസൂത്രണം ചെയ്ത ഒരു കൂറ്റൻ വില്ല്) വഹിച്ചുകൊണ്ട് നീങ്ങും.

നൃത്തത്തിന് ഉപയോഗിക്കുന്ന കാവടി വ്യത്യസ്ത വലുപ്പത്തിലും ആകൃതിയിലും ഉള്ളതാണ്, ഓരോന്നിനും അതിന്റേതായ പ്രാധാന്യമുണ്ട്. പഞ്ചവാദ്യം, നാഗസ്വരം മുതലായവയുടെ ശബ്ദം ഉൾക്കൊള്ളുന്നത് ഒരു അധിക താൽപ്പര്യമാണ്.

22

കുമ്മാട്ടിക്കളി

കേരളത്തിലെ വടക്കൻ ജില്ലകളിലെ ഒരു കവർ നൃത്തമാണ് കുമ്മാട്ടിക്കളി. സ്പെഷ്യലിസ്റ്റുകൾ, ചായം പൂശിയ തടി കവറുകൾ ധരിച്ച്, ഇലകളുടെയും പുല്ലിന്റെയും ഭാഗങ്ങൾ ധരിച്ച്, ഒരു വീട്ടിൽ നിന്ന് ആരംഭിച്ച് അടുത്ത വീട്ടിലേക്ക് പോകുന്നു. ഒരു പ്രശസ്ത കുമ്മാട്ടി കഥാപാത്രം തള്ള അല്ലെങ്കിൽ മന്ത്രവാദിനിയാണ്; മറ്റുള്ളവർ വ്യത്യസ്ത ഹിന്ദു സ്വർഗ്ഗീയ ജീവികളെയും ദേവതകളെയും അഭിസംബോധന ചെയ്യുന്നു.

പാലക്കാട്, തൃശൂർ, വയനാട് ജില്ലകളിലെ ഒഴിവാക്കാനാകാത്ത കുമ്മാട്ടിക്കളി, മകരം, കുംഭം എന്നീ മലയാളം നീണ്ടുനിൽക്കുന്ന സമയങ്ങളിൽ അവതരിപ്പിക്കപ്പെടുന്ന ഒരു പൊതുപരിപാടിയാണ്. പ്രത്യേക സ്ഥലങ്ങളിൽ ഇത് വിനോദ പരിപാടിയായി കണക്കാക്കപ്പെടുന്നു, പ്രത്യേകിച്ച് ഓണക്കാലത്ത്.

23

മുടിയാട്ടം

കേരളത്തിൽ പൊതുവെ സ്ത്രീകൾ അവതരിപ്പിക്കുന്ന പൂർവ്വികരുടെ ഒത്തുചേരൽ നൃത്ത ഘടനയാണ് മുടിയാട്ടം. തിരശ്ശീലയ്ക്ക് പിന്നിലെ ഈണങ്ങൾക്കനുസരിച്ച് സംഗീതാത്മകമായി നീങ്ങുന്നു, താളവാദ്യങ്ങളുടെ രാഗത്തിൽ വരച്ചുകൊണ്ട് അവതരണവും ചേരും. ഈ നൃത്ത ഘടനയുടെ പ്രാഥമിക ഘടകങ്ങളിലൊന്ന് അംഗങ്ങളുടെ ചീകാത്ത മുടിയാണ്, അത് ഇളകിയ തിരമാലകളിൽ ചാഞ്ചാടുകയും മനോഹരമായ വാച്ച് ആണ്.

കേരളത്തിൽ ഉടനീളം ഈ ഫൈനൽ കലയുടെ നിരവധി ശേഖരം ദൃശ്യമാകണം, വടക്കൻ കേരളത്തിൽ ഇതിനെ നീലി ആട്ടം എന്നും വിളിക്കുന്നു. മദ്ദളം, പറ, മരം, കരു, കൊക്കരോ എന്നിവയാണ് മുടിയാട്ടത്തിന് വാദ്യങ്ങളുമായി പ്രധാനമായും പോകുന്നത്. ചില സ്ഥലങ്ങളിൽ ചെണ്ട, തപ്പ്, ഉടുക്ക്, കടുംതുടി, കൈമണി തുടങ്ങിയ വാദ്യങ്ങളും ഉപയോഗിക്കുന്നു.

മുടിയാട്ടത്തെ തലയുടെ ഗംഭീരമായ വികാസങ്ങളും ഭയങ്കരമായ അനിവാര്യതയുമാണ് വിവരിക്കുന്നത്.

നിരൂപണം

കേരളത്തിന്റെ ഊർജ്ജസ്വലമായ സാമൂഹിക പൈതൃകം കൂടുതൽ ആഴത്തിലുള്ള തലത്തിൽ ഉൾക്കൊള്ളാൻ നിങ്ങളെ സഹായിക്കുന്ന സവിശേഷമായ ഒന്നാണ് കേരളത്തിലെ കലാപരമായ ആവിഷ്കാരങ്ങൾ. അവധിക്കാലം ആഘോഷിക്കുന്നവർ ഈ ഫൈൻ ആർട്ടുകളുടെ സന്തോഷകരമായ മാനസികാവസ്ഥയെ വിലമതിക്കുന്നു, അതുപോലെ തന്നെ കേരളത്തിലേക്ക് വരാനും അതിന്റെ പരമ്പരാഗത കലാപരമായ ആവിഷ്കാരങ്ങളിൽ പ്രാവീണ്യം നേടാനും അവരെ പ്രേരിപ്പിച്ച വിനോദകമ്പനികളുടെ ശ്രദ്ധേയമായ കഠിനാധ്വാനത്തെയും പ്രതിബദ്ധതയെയും വിലമതിക്കുന്നു.

ഉത്സാഹം, സ്നേഹം, കൃപ, സഹാനുഭൂതി എന്നിവയിൽ നിന്ന് ഉല്ലാസം, ആനന്ദം, സങ്കടം, ദുഃഖം, രോഷം, അത്ഭുതം, ഭയാനകം, ഭയം, നിർഭയം, ധൈര്യം എന്നിങ്ങനെ പല മാറ്റങ്ങളിലേക്കും മാറുന്ന വികാരങ്ങളെ നേരിടാൻ ഈ കലാസൃഷ്ടികൾ സഹായിക്കുന്നു.

Thank You

എന്റെ ആദ്യ വായനക്കാരി മാളുവിന് ഹൃദയത്തിന്റെ ഭാഷയിൽ നന്ദി